இதயத்துகள்

பதிப்பகம்

POETRY WORLD ORG

First Edition : 2020

Printed In India

இதயத்துகள்

தொகுப்பாளர்

சே.அ.பார்கவி

இவர் திருமதி.பார்கவி சிவபிரகாஷ், மஞ்சள் மாநகரமான ஈரோட்டை சேர்ந்தவர். இவள் புனைப்பெயர் "கவியின் கவிதை". கணிதவியல் முதுகலை பட்டம் முடித்தவள். இன்று தன் கனவுகளை முழு மனதோடு ஆர்வமாய் பின் தொடர்கிறார்.

தனது இன்ஸ்டாகிராம் பக்கத்தில் (*@kaviyinkavithai*) ஏறத்தாழ *2500*க்கும் மேற்பட்ட குறுங்கவிதைகள், நீள்கவிதைகள் பல புனைந்துள்ளார். *Spectrum of thoughts*ல் இணை எழுத்தாளராகவும், தன் முதல் கவிதை திரட்டான *"Enticement of fondness/*காதலின் தாகங்கள்*"* தொகுத்துள்ளார். இப்பொழுது *Poetry World Organisation*ல் தலைமை தொகுப்பாளராய் பல கவிதை திரட்டினை வழங்கி வருகிறார்

இதயத்துகள்

ஒவ்வொருவரின் இதயத்தின் ஆழத்தில், எங்கோ

சொல்லப்படாத ஆசைகள், வெளிக் கொணரா வலிகள்,

ரசிக்கப்படாத ரசனைகள் என எண்ணற்ற விஷயங்களை நம்

இதயத்தின் ஒவ்வொரு துகள்களிலும் மறைந்துள்ளவைப்

பற்றி கூறும் இந்த கவிதைத் திரட்டு.

உள்ளடக்கம்

இதயத்தின் துளை

எங்கோ பரந்த

இந்த இதயத்தின்

ஆங்காங்கே சில

தழும்புகள்.

என்றுமே மறவாத

நினைவால் அழுத்தி

இதயத்தைக் கூறுபோடும்

காயங்கள் சில.

எதிலுமே காணாவண்ணம்

மனதை அறுக்கும்

வார்த்தைகளை

பூட்டிய பெட்டகம்

எனக்குள்ளும்.

எவருக்கும் புரியா

சொல்லப்படா பல

ரணங்கள் இன்னும்

ஊமையாய் சுழலும்

காலங்கள் சில.

இத்தனை வலிகளுக்கும்

அப்பாற்பட்டு எந்தன்

இதயத்திற்கும் காதலெனும்

துளையிட்டு அழகாய்

அமர்ந்திருக்கிறான் என்னவன்..

கவியின் கவிதை

அம்மா

காணவில்லை அவள் அன்பை நேற்றுவரை.

நான் இது வரை காணாத அன்பை

காட்டினாள் அவள்.

வாடிய முகம் தான் ஆனாலும்

அவள் அழகி தான்.

கசங்கிய புடவை தான் ஆனாலும்

அவள் புன்னகை ஒரு அரிய வரம் தான்...

நான் பசியாற அவள் பசியை மறந்தவள்...

நான் இளைப்பாற அவள் தூக்கத்தை துறந்தவள்...

அவள் என்றும் எனை தோற்கடித்துக் கொண்டே

இருக்கிறாள்..

நானும் தோற்றுக் கொண்டே இருக்கிறேன்..

என்றும் அவள் தாய்மையின் நம்பிக்கையில்...

KMPS

அவள்

அவள்! வேல்விழி மங்கை!

சிங்க நடையாள்; சீர்மேனி உடையாள்;

குழந்தை சிரிப்புடையாள்; கூச்சமும் உடையாள்

கொஞ்சம் கொஞ்சும் பேச்சுடையாள்;

மனத்திட்பம் உடையாள்; மதிநுட்பம் அடைந்தாள்;

அவள்!

உன்னைக் காணக் காண சித்தம் கலங்கியதே;

மீண்டும் ஞானம் பெறுமோ? தாபம் வந்ததே;

விரகம் விலக்கிப் போகுமே;

காமம் கடந்த காதல் செய்வேன் மங்கையே!

உன்னைப் பெண்ணாக இரசிப்பேன்;

உன் பெண்மையை இரசிக்கவும் தவறேன்;

உன் காதில் கிசுகிசு பேச்சைத் தவிர்ப்பேன்;

என் காதல் கிறுக்கல்களைப் பற்றி பேசலானேன்;

என் வரிகளால் வர்ணிக்க முடியாமல் நின்றேன்! ஏனோ?

கு.நந்தகுமார்

அவள் திரள்கள்

கனவின் வான் வெளியில்
நின் விரல் பிடித்து ஓர் நடை பயணம்...
ஆகாயம் பதிந்த பஞ்சிதமாய் ஆங்காங்கே நினைவு
துகள்கள்...
முழுமதி எதிரொலித்த பிம்பமாய் நின் முகம் பார்த்த
நொடிகள்...
வண்ணம் தோய்த்த வானவில்லாய் வஞ்சிக்கு யான்
தொடுத்த மடல்கள்...
கார்முகில் தேக்கிய தேன்மழையாய் நீ காதல் சொல்லிய
சத்தங்கள்...
மின்னல் உடுத்திய மின்மினியாய் மிளிரும் நின்
முத்தங்கள்...
ஆகாயத்தில் அன்றில்களாய்ஆர்ப்பரித்த நம்
பயணங்கள்...
இந்நாள்வரை தீர்த்து முடியா மீளும் நம் காதல் ஆசைகள் -
என...
இவ்வாறாய் சிதறிய என் இதயத்துகள் திரட்டி
இவன் வரைந்த இக்கவியும்
உனக்கே பரிசாக விடிந்ததும்...

சீனிவாசன் தேவராஜ்

அவள் கொடுத்த வலிகள்

என் மனதினால் மூடி மறைத்த உன்னை...

உன் நினைவினால் வென்றுவிட்டாய்...

அடியோடு சாய்நதுவிட்டேன்...

வேரோடு வீழ்ந்து விட்டேன்...

வெற்றிடமாய் நின்றுவிட்டேன்...

ஒவ்வொரு நாளும் உன் நினைவால்

தூக்கத்தில் கூட விழித்துவிட்டேன்...

உடல் காயங்களைக்கூட ஆற்றிவிட்டேன்...

ஆனால்...உன் நினைவால் நான் கொண்ட

உள்ளக் காயங்களை தான்

சரி செய்கையில் தோற்றுப் போய்விட்டேன்...

செல்வக் குமார். பே

அவளுக்கு கவிதை

அழகு சாதனம்

இல்லாமல் அழகாக ஒளிரும் உன்னை,

தமிழை வைத்து உன்னை

அலங்கரிக்க நினைத்தேன்,

இறுதியில் வார்த்தைகள் இல்லாமல் தோற்றேன்,

இன்னும் முயற்சிப்பேன்

உன்னை கவிதையாக்க

சுவாசிப்பேன்,

கவிதைக்கு யோசிக்க

உண்மையை உணர்ந்தேன்,

நீயே ஒரு கவிதை

உனக்கு எப்படி கவிதை எழுதுவது?

அப்படி எழுதினாலும்

உன் அழகு முன் என் கவிதை தோற்று போகும்,

அழகு பேரழகு நீ

காளி

இதயத்தின் தேடல்

அறுசுவை கொண்ட அமிர்தமானவளே

என்னை வட்டமிடும் பிருந்தவனமானவளே

உந்தன் கடைக்கண் பார்வை பட்டதால் எனக்குள்

ஏதோ ஒரு இனைபுரியாத மாற்றமடி

சிறைப்பட்டிருந்த என் இதயத்திற்க்கு

உன் இதழ் எனும் சாவியை கொண்டு

விடுதலை அளித்தவளே.

என் நந்தவன தோட்டத்தில் மலர்ந்த

பூக்களின் வாசம் கொண்டவளே.

உன் இதயக்கூட்டில் உறங்கிட

என்ன தவம் செய்தேனோ என்னவளே..

Santhanakrishnan (Sandy)

இதயத்தின் குமுறல்

உன் கருவறைவிட்டு வெளிவந்த நாளில்

என்னைப் பிரிந்து சொர்க்கம் சென்றாயே அம்மா.

தாய்ப்பாலின் மணமும், தாயின் ஸ்பரிசமும்

உணர முடியாத பேதையானேன்.

அறியாத வயது முதல் இதயத்தில்

ஆறாத இரணமானது உன் பிரிவு.

தந்தையே சில சமயங்களில் தாயுமானார் என்றாலும்

மனம் உன்னை நினைத்து ஏங்கித் தவித்தது.

இதயத் துடிப்பு நிற்கும் வரை இந்த ஏக்கம் மாறாது.

இருப்பினும் காத்திருக்கிறேன்!

நீ எனக்கு மகளாய் பிறப்பாய் என்று.

ஸ்ரீயின் கிறுக்கல்

இதயத்திற்கு நேர்ந்த காயங்கள்

சாதி, மதம், இனம், குறை இவை

அனைத்தையும் கடந்து அவன்

மனதை மட்டுமே விரும்பினேன் ..

நான் அவன் மேல்

அளவற்ற காதலை விட

நம்பிக்கையையே வைத்திருந்தேன்..

ஒரு கட்டத்திற்குப் பிறகே தெரிந்தது

அவன் விரும்பியது என்

மனதையோ காதலையோ அல்ல..

என் கட்டுடலை .. -இதை

அறிந்த என் மூளை இதயத்திற்கு

தூதுவிட்டபோது அங்கு பல

இதயத்துகள்கள் சிதறிக் கிடந்ததை

அறிந்து செயலிழந்து போனது மூளை ..

ரேணுகாதேவி ரத்தினசாமி

இதயத்துள்ள அன்பு

இது காதலா மோதலாளன அறியாத தருனம் சாலையின்
அவள் வருகைக்கு
தினம் தினம் ஏங்கி நிற்கும் என் கால்கள்...
ஏனோ தெரியவில்லை இவள் மீது காதலும் மீசையுடன்
சேர்ந்தே வந்தது...
சண்டையும் சமாதானமும் இவருக்குள்ளே இல்லை...
அவளின் ஆதார் எண் முதல் அலைபேசி எண் வரை
அனைத்தம் இருந்தும் ஒரு நாளும் அழைக்கவில்லை ...
அவ்வளவு ஆசைகள் அவளின் மீதுஅலைப்புறியாத
அன்பு
கண்பார்வை காதலில் பல வருடங்கள் சென்றன...
அவளிடம் மூன்று வார்த்தைகளை சொல்லாமல் மூன்று
வருடம் சென்றன...
இதயத்தில் புதைந்தது அந்த நினைவுகளாய்
அவளின் திருமணத்திற்கு பின்என் திருமணத்திற்கு பின்
மறைக்கப்பட்டது...
அவளின் நினைவுகள் யாரும் அறியாத இரத்த ஓட்டம்
போல் இதயத்துள்ள
இதயத்துகளாய் ஓடிக்கொண்டு தான் இருக்கிறது இறுதி
மூச்சுக்காற்று வரை தொடரும்.

Radhakrishnamoorthi

இதயத்தை வருடிய கருப்பு நிலா!

பூத்த பூவாய்! செதுக்கிய சிலையாய்!

அவ நடந்து வருகையில..

காயும் கனியாகும்! வெயிலும் பனியாகும்!

கருப்பட்டி நிறத்துல மேனி மினுக்க!

தங்கமும் தகரமே! தாரும் உருகுமே!

பாலில் கலந்த கருப்பட்டியா - அவ

இடுப்பு நிறத்துல மனசு அலையும்!

உசுரு கெறங்கும் - மச்சக்கன்னி அவ

கன்னத்து குழியில ஆயிசு அடங்கும்!

சிரிக்கும் சிரிப்புல கற்கண்டு கரையும்!

உதட்டு சுழிப்பு உசுரதான் உலுக்கும்!

வகுடு வழியில் பிறை நெற்றி எட்டி பார்க்க கதிரவனும்

ஏங்குவான்!

சந்திரனும் கரைந்தோடுவான் - பாசத்துக்கு

பஞ்சம் வருமோ? அத்தையும் மாமனும்

பெத்தெடுத்த பாவிமக அவ இருக்க!

இன்பென்ட் நேசன் ஜா

இதயத்தின் இதயமே

கண்ணெல்லாம் பிதுங்குதடி

கருவிழியும் இரத்தம் கொட்டுதடி

நாசி எல்லாம் குத்துதடி

நாக்குக்குள் விக்குதடி

நெஞ்சுக்குளி அடைக்குதடி

நெனப்பே கொள்ளுதடி

அனுவெல்லாம் வெடிக்குதடி

அக்கினியாய் கொதிக்குதடி

இதயத்தை பிடுங்குதடி

இரத்தம் எல்லாம் உரையுதடி

உயிர் மூச்சாய் கலந்தாயடி

உதிரம் என ஆணாயடி

விசித்திறப்பாவை உன் நினைப்பினிலே

சித்த பிரமை பிடிக்குதடி.

ப. ஜீவிதா

இரவின் மடியில், அவளும் நானும்!

நானோ அவள் கூந்தலைக் கோதியவாறு,

என் பனிக்கால வியர்வை

மழைக்கால நெருப்பு

வெயில் கால நிழல்

வசந்த கால காற்று

உடல் உயிர் என அனைத்தும்

நீயாக வேண்டும் என்று

மூச்சுவிடாமல் சொல்லி முடிக்க,

அவளோ ஒரே மூச்சில்!

என் "எல்லாமுமாக" நீ வேண்டும்

என்று கூறிவிட்டு மௌனப் புன்னகை உதிர்த்து

மார்பில் சாய்ந்து கொண்டாள்...

தீவாகர்

இருட்டில் நான் அமைக்கும் இருண்ட அறை

மனக் கதவை திறக்கிறேன்.

கூட்டத்தில் இருந்தும் தனிமையில் (இருட்டு)

தினம் தினம் தனியாக

உடையும் நான்.

உடையும் இதயத்துகள்களை

கூட்டத்தில் அமர்ந்து எண்ணுகிறேன்!

என் எண்ணத்தை நானே எண்ணுகிறேன்!

என் எண்ணத்தை மறைக்க எண்ணுகிறேன்!

உடையும் எண்ணிக்கை அதிகமாய்

இருக்கிறதே என எண்ணுகிறேன்!

தினமும் உடையும் இந்த

இதயத்தின் துகள்களால்

இருண்ட அறையை நானே

கட்டுகிறேன் - அமைக்கிறேன்

கட்டமைக்கிறேன் - தனியாக!

ர.ஹரிஷ்குமார் @ ராட்சசன்

இருள் சூழ்ந்த இரவு

கருநிறம் பூசிய தாவரங்கள் வாகனத்தின் ஒளி படர
தலை காட்டிச் சிரித்தன!
இடையில் தென்படும் வீடுகள்
அதன் வாசல் வெளிச்சத்தில்
மின்மினி பூச்சியாய் மின்னின!

மின்சாரம் இல்லாத பொழுது ஒளி தரும்
மெழுகுவர்த்தியாய்
நட்சத்திரங்கள் கண் சிமிட்டின!

அமைதியான உறக்கம் கொள்ள .மெல்லிய காற்று கம்மிய
குரலில் தாலாட்டுப் பாடின!
இத்தகு எழில் கொண்ட இரவை தூக்கம் கொண்டு
தொலைத்தவன் மூடன் அன்றோ!

அடவி

இயல் மனம்!

நீர் சுனை தெளிவாய் அழகாடும் அருவி நதியாய்

மனம் சீர் ஓடட்டும்!

செங்கதிர் மோதும் தரையாய்

பனிஇதங் கொள்ளும் குளிராய்

வாழ்வு சுகம் நிறையட்டும்!

தென்றல் மேவும் திசையாய்

இலை சிலிர்க்கும் அசையாய்

நாளும் இன்பம் வீசட்டும்!

கனல் விழுங்கும் துன்பமாய்

மனத்தில் நச்சை எரிக்குவாய்

நன்று மாத்திரம் தொடரட்டும்!

வெண் ஆத்மம் வானாய்

விண் இலக்கு எளிதாய்

இயல் மனம் இருக்கட்டும்!

சூர்யா சிவன்

உலவிரவு!

நீண்ட நாட்களாக நான் வைத்த
கோரிக்கை நிறைவேறியது!
ஆசைக் கடலில் தத்தளித்த
ரகசிய கற்பனைகள் கரையேறியது!
தொடங்கியது காதலின் ஆய்வு
களைப்பாற கைபேசிகளுக்கு இன்று ஒருநாள் மட்டும்
ஓய்வு.....
மழையுலர் காற்றை உணரும் மேலாடை
இலைகளின் ஈரத்தில் பூத்து மனதில்
மையம் கொண்ட மண்வாடை!
இருவரின் கைவிரல்கள் உரசியும்
கைநழுவாத காதல் கன்னியம்!
சர்க்கரை நொடிகளை ருசித்தும்
சமரசமாக மறுக்கும் அன்புச்சாரல்!
உடல் மறித்தாலும் உயிரிலே மலரும்
நம் உலவிரவின் தூறல்!

ச. ஸ்ரீராம்

ஊடல்

ஆறாத சொல்லினால் சுட்டெரித்தவளே
தீராத வலியினால் செத்துக் கொண்டிருக்கிறேன்
மாறாத அன்பினால் மீட்டெடுக்க வருவாயா
இல்லை வேறாக என்னை நினைத்து விலகி விலகி
செல்வாயா..
தீயாக நீ இருந்தாலும் என்னை தீண்டி செல்லவே
கேட்பேனடி..
காற்றாக நீ இருந்தாலும் மெல்லிய வருடல் ஒன்று
போதுமடி..
வேறாக நீ நினைத்தாலும்
உன்னை மண் கொண்ட வேராக
பற்றி கொள்ளவே நினைப்பேனடி
ஓசையில்லா இருள் காட்டில்
ஒற்றை மரமாய் நான்..
ஊடல் இருளனைத்து
கூடல் தீபமொன்று ஏற்றிப் போடி

Vidya Boopathi

என் அவள்

இதயத்தில் முள்...

கிழிந்த தாவணி...

வரும் பொங்கலுக்கு தான்...

மாத்தணும் இனி...

முள்ளு செடிக்குள்ள..

முத்தம் கொடுக்க முடியல...

காதல் பித்து பிடிக்க

குளிரும் அடுப்புக்குள்ள

கத கதப்பா இருக்க தெரியல...

பசி மயக்கத்தில் காதல் மயக்கம் ...

பெருசா இதயத்துக்கு புரியல...

வயிற்றுக்கு காட்டாத உணவா...

இதயத்துக்கு காட்டாத உணர்வா..

இல்லாத ஒருத்தி இடம்

காதல் மட்டும் இருக்குமா?

B. Bala Suresh

என் ஜீவன்

அன்பே, என் சுவாசத்தின் தாரகையே..!
என்னை சூழ்ந்த இருளை
உன் காதலால் வெளிச்சமாக்கினாய்..
பாலைவனத்தின் நடுவிலும்
இமயத்தின் குளிரை உணர வைத்தாய்..
தென்றல் தீண்டும் உன் கூந்தலின்
வாசத்தால் மலர்களை மலரச் செய்தாய்..
ஆயிரம் மழைத்துளிகளால் என்னுள் இருந்த
காதல் மலரைப் பூக்கச்செய்தாய்..
உன் காதல் துகள்களால்
என் இதயத்தை துடிக்கச்செய்தாய்..
பிரம்மன் தீட்டிய ஓவியமாய்
பூமியில் உலாவும் காவியமே..!
உன் காதலின் அரவணைப்பில்
எனக்கு மரணமில்லை..

Kishore R Krish

என்னவளின் ஆசைக்காக

காதல் இசையை முறையாக
கற்றறிந்தேனடி...
கன்னி அவளின் கொலுசு சத்தத்தில் .....
சிறை வாசமும் சட்டென்று அறிந்தேனடி....
உன் வாய்மொழியை..கேட்கா சமயத்தில்...
அழகுரத்தினமே.. உன்னை கண்ட பிறகு தான் ...
வெண்ணை கட்டிகளிடம் கேள்வி கேட்டேனடி..
உனக்கு தங்கை இருக்கிறார்களா என்று?
உந்தன் சடையின் பின்னல் அழகோ..
என் காதல்கதவுகளை.. பின்ஊசியால் திறந்துவிட்டதடி..
தமிழ் எழுத்துக்களை உன்மேல் தூவிட... அவைகள்.
கவிதை வரிகளாக பறக்கின்றதடி..
உன் நினைவு மூட்டைகளை சுமக்க...
என் மனதிற்கு முத்தம் என்னும் வாடகை
தருவாயா? என் கானக்குயிலே.....

Gunaseelan Madhavan

என்னவனுடன் துவங்கும் நாள்.

புணரும் காலையில்,

நான் துயில்கொள்ளும் வேளையில்,

என் முகத்தில் திறையிட்ட கூந்தலை,

உன் விரல் கொண்டு விலக்குகையில்,

என் இமை இரண்டும் பிரிகையில்,

நம் பார்வை இணையும்.

இளஞ்சிவப்பு நிறம் பரவியிருக்க,

உன் அனணப்பில் கதகதப்பு நிரைந்திருக்க,

குளம்பியின் வாசம் என்னை ஒரு பக்கம் இழுக்க,

துவங்கும் நாள் இதனினும் இனிதாய் அமையுமோ!

கமலப்பிரியா

என்னுள் ஒரு ஏக்கம்

நான் வேண்டும் என்று,

இறைவனையே வென்றவள்

என்னை ஈன்றவள்;

நான் முதல் அடி வைக்கும் போதே,

அவன் கூறினான்;

இராசாவே பார்த்து அடி எடுத்து வை என்று;

ஆயிரம் அர்த்தங்கள் காண்கிறேன் இப்போது.!

என்னை இராசாவாக வாழ செய்ய

குடிசையையும் கோபுரம் ஆக்க

யாரிடம் யாசித்தனரோ;

இப்போது உணர்கிறேன்

அவர்கள் உயிரே நான் என்று;

இத்தெய்வத்திற்கு தினந்தோறும் வழிபாடு செய்து

என் பிறவிக் கடன் காண்பதே என்னுள் ஒரு ஏக்கம்

மு. பிரவீன்முத்து

என் தங்க எழுத்துக்கள்

என் நெஞ்சா கூட்டுக்குள்ள புதைஞ்சு கெடந்த
எழுத்தெல்லா...
சின்ன சின்ன அர்த்தம் சொல்லும்
என் தங்கோ... எழுத்துக்கள்...
நெஞ்சுக்குழி துகள் கூட மறைஞ்சு கெடக்கும்
நினைவெல்லாம்...
என்ன பத்தி எடுத்து சொல்லும்
என் தங்கோ... எழுத்துக்கள்;
கண்ணு முழுக்க நீர் வடிய;
மொழியறிந்து நான் பேச
இதயத்துகளா இருந்த உன்ன இறுக நானு
அணைச்சிகிட்ட;
பெரும்புயலா நீ மாறி என்னை அள்ளி போத்தி வெச்ச;
உன்ன பத்தி எடுத்து சொன்னா தங்கொ கூட தோத்து
நிக்கும்;
என் தங்கோ... உன்ன மட்டும்
கண்சிமிட்டி பாத்து நிக்கும்...

அருண்மூர்த்தி

என் அன்னையின் ஸ்பரிசம்

விழித்திருந்த கண்களை மூடச் செய்தாய்

உன் புன்னகையைக் கொண்டு

என் புன்னகைக்காக விழி மூடாமல் காத்திருந்தாய்

ஏக்கத்தைக் கொண்டு சிணுங்கையில் சிதைந்து விட்டாய்

என் சிரிப்பினால் சிலிர்த்து விட்டாய்

உன் குரலினால் உலகை அறிந்தேன்

என் குரலைக் கேட்டு உன்னை மறந்தாய்

தொட்டிலில் நான் படுக்க கட்டிலை நீ மறந்தாய்

தாகத்திலிருந்தும் தாலாட்டு

ப் பாடிய நாட்களை

நீ மறப்பினும் நான் மறவேன் அம்மா!

சுபநந்தினி. ரா

என் கனவில் என்னவள்

நான் நினைக்கும் போதெல்லாம் நீ இமை சிமிட்ட
வேண்டும் என வரம் ஒன்று பெற்றேனடி !
உன் முகம் பார்க்க இரவு உரக்கம்
கொண்டேனடி !
விடியலை ஏற்க என் மனம் மறுக்குதடி !
என் விழி திறக்க உன் முகம் மறைய
என் இதயம் தவிக்குதடி !
கனவாக இருந்தாலும் கலைய
என் மனம் தடுக்குதடி !
தூக்கத்தில் கூட உன் பெயர் சொல்லி
என் இதயம் துடிக்குதடி !
கனவில் கூட காதல் சொல்ல
என் மனம் தயங்குதடி !
இந்த இரவோ நிரந்தரமாகாதா என
என் மனம் ஏங்குதடி ...

ரகசிய கவிஞன்

(உதய பிரகாஷ்)

எல்லையற்ற பேரழகே

பனித்துளிகளும் தோற்றுவிடும்
உன் முக பருக்களினூடே.
மலர்களும் தோற்று விடும்
உன் புன்சிரிப்பினூடே.
மயிலிறகும் தோற்றுவிடும்
உன் கூந்தலினூடே.

அட எதற்கு இத்தனை விளக்கம்!
அழகான தமிழில் தெளிவாக
சொல்ல வேண்டுமெனில்,
அனைத்துமே உன்னிடம்
தோற்று கொண்டுதான் இருக்கிறது,
என் உணர்வுகள் உன்னிடத்தில்
வீழ்ந்ததை போல,
கண்ணசைத்து என்னை மீட்பாயா கண்மணியே?
என் உணர்வுகள் எழுத்துக்களாக

புருஷோத்தமன்.கி

கடல்

வானத்தில் தோன்றிய முதல்

நீர் மலையில் குதித்து,

மண்ணில் தவழ்ந்து, நீரோடுநீர் சேர்கிறது.

பிறகு பல மயில் தூரம் பகையில்லாமல் பயணித்து

பாசத்துடன் அதன் குடும்பத்தை அடைகிறது.

அதுவரைஅன்பாகவும்,அழகாகவும் ஓடிய நீர்

ஆக்ரோஷமான அலையாகஉருவெடுக்கிறது.

வரலாற்றுச் சுவடுகளை தின்று செரித்தது,

பல உயிர்களையும் கொன்று குவித்தது.

உலகின் அதிசயம் என்றாலும் ஏகப்பட்ட

ரகசியங்களை புதைத்து வைத்திருக்கிறது.

அலையாக வீசும் உன்னை

பெரும் மழையாக கொண்டு வந்தான் இறைவன்.

அவைகளுக்கு காலை அரவணைக்கவும் தெரியும்

ஆளை முழுங்கவும் தெரியும்.

கிறுக்கன்

கவிஞனின் காதல்

தொலைவில் நீ இருந்தாலும்,

அலை பேசியில் அழைப்பே வரா விட்டாலும்,

உன் விழி பேசும் மொழி! எப்போதும்

என் நினைவில் இருக்குதடி,

ஏதேதோ காரணங்களால் எட்டி நீ சென்றாலும்,

எத்தனை நொடிகளை வாழ்வில் கடந்திருந்தாலும்,சகியே,

உன்னோடு இருந்த நொடிகள் அனைத்தும்

நான் மண்ணோடு போனாலும் மரித்து போகாது!!

இக்கணமே கூட இறந்து போகலாம்

ஆனால் என்ன செய்ய கண்மணியே

என் ஒவ்வொரு இதயத்துகளிலும்

நீ தானடி வாழ்கிறாய்!

அதனால் இயன்ற வரை இயற்றுவேன்

இருநூறு மொழிகளில் கூட

உனக்காக கவியினை!

Shanmugavadivu.R

கவனிக்கப்படாத காதல்

என் இதயத்தில் ஓர் இரவில் நுழைந்தாய்

அழகான இம்சைகள் அதிகமாய் தந்தாய்

கனாவில் பல கவிதைகளுடன் வந்தாய்

நினைவிலோ என் நெஞ்சிலே நின்றாய்

உன்னை நெருங்கவோ நான் நினைத்தால்-நியாயமின்றி

அந்நினைப்பையோ அழித்தாய்

பல ஆசைகள் என்னில்

பயமோ அவ்வாசைகளின் முன்னில்

என்ன செய்வது,ஏது செய்வது

எதற்கும் துணிந்தவன் தான் நான்

ஆனால் உன்னிடம் பேச அஞ்சுவது ஏன்?

இவ்வுலகில் கவனிக்கப்படாதா காதலோ

அதிகம் உண்டு-உன்

காதலனுடன் உன்னை கண்டு-அப்பட்டியலில்

இணைந்தேன் நானும் இன்று.

ஸ்ரீகாந்த்

காதல் கொண்ட இதயம்

இமை இரண்டும் எங்கு இடம்பெயர்கிறதோ,

எந்தன் கண்ணீருக்கு பதில் கிடைக்காமல்,

செவி இரண்டினையும் கைகள் அணைக்கிறதே,

ஏன்? அவளின் குரல் கேட்க கூடாது என்பதற்காகவா?

மூளை முக்காடு போடுகிறதே,

அவளை நித்தமும் எண்ணாதே, என்றா?

நாசி துளைக்கூட காற்றை ஏற்க மறுக்கின்றதே,

முகர்ந்தால், அவள் வாசனை வருமே, என்பதற்கா?

உணவை அருந்த மறுக்கிறதே, என் உடம்பு

அவள் உதறி தள்ளியதாலோ என்னவோ?

கால்கள் அனைத்தும் கட்டுபாட்டை இழந்து செல்கிறதே,

அவளோடு நான் சென்ற இடங்களை பார்க்கவா?

போதும்...

இடித்த இதயத்துகளை பொடியாக்கி

குடிக்கிறேன் உன் நினைவால்..

தீவ்யா சேகர்

காதல் பேசும் வரிகள்

உன்னை கண்டதும் என் வார்த்தைகள்

மௌனமானாலும்,

எந்தன் விழிகள் பேச தொடங்கிவிடுகிறது!

உன்னிடம் பேச மறுத்தாலும்,

உன்னை நினைக்க

மறப்பதில்லை என் மனம்!

உன்னை மறந்திட நான் பயணிக்கும்

பாதை, உன் நினைவுகளைக்

கொண்டே முடிகிறது!

நான் பயணிக்கும் தொடர்வண்டியின் ஓசை,

உன் நினைவுகளால்

நான் எழுதும் வரிகளுக்கு

இசை அமைக்கிறது!

என் வரிகளின் கதாநாயகன்

யார் என்று கேட்டு கேலி செய்கிறாயே,

அது நீதான் என்று உணராமல்!

RDP Dear_kavithai

காதலியை பிரிந்த கணவன்

ஏதோ ஓர் மாலை நேரத்தின் மத்தியில்

தேநீர் உடன் தேங்கி கொண்டிருந்தது அவளது

நினைவுகள்

அவளை நினைக்க தொடங்கியதும்

தேநீரும் இனிக்க தொடங்கியது

அப்படி என்ன செய்தால் - அவள்

சொல்ல தொடங்கினால்

சொற்களும் தடுமாறும் சோகத்தின் உச்சத்தில்

உயிரோடு இருந்திருந்தால் - உறவாய்

இருந்திருப்பாலோ என்னவோ!

இப்போது பொழுதை போக்கும்

நேரங்களில் உணர்ச்சியாய் உருத்துகிறாள்

மரணம் அவளை மன்னித்திருக்கலாம்!

காதலிக்கும் கவிஞன் ஆ.கௌதம்

குழந்தை துஷ்பிரயோகம்

தேவதைகள் மண்ணில் பிறப்பதில்லையாம்

பிறந்தே வந்தாள் பெண்குழந்தை.

பால் மணம் மாறாத பச்சிளம் தளிர் அவள்.

சிரிப்பிலே மயக்கிடும் சிங்கார சிலை அவள்.

பித்தனும் தெளிவு பெறுவான், பிஞ்சு அவள் தீண்டலில்.

அகப்பட்டது என்னவோ காமகனின் கைபிடியில்.

மன்றாடி வேண்டிய மழலைமொழி கதறலுக்கு,

இரக்கமில்லா இச்சகனோ எள்ளளவும் இணங்கவில்லை.

இச்சகரும் காமகரும் இணைந்து வாழும் இவ்வுலகில்,

கன்னியரும் காண நடுங்கும் காமத்து வலியினை

தாமரை மேனி அவள் எப்படி தாங்கியிருப்பாள்?

தெ.மகாலட்சுமி (அரிவை அனல்)

கைகாரி

சிறு விழிவீச்சில் இதயம் சிறை பிடிக்கும் கைகாரி இவள்
கார்குழல் சரி செய்து கள்வன்
என் மனம் கலைக்கும் கைகாரி இவள்
புருவ மத்தியில் பொட்டாய் என் இதயம் ஒட்டும் கைகாரி
இவள்
கன்னக்குழியில் என் இதயம்
பதியம் போட்டு காதல் வளர்க்கும் கைகாரி இவள்
கடைக்கண் பார்வையில் என் கன்னம் சிவக்க
நாணச்செய்யும் கைகாரி இவள்
நித்தம் என் உறக்கம் பறிக்கும் கனவெனும் கைகாரி
இவள்
நித்தம் வாசல் கோலத்தில் என் ஆசைகளை புள்ளிகளாய்
இட்டு
கோலமிடும் கைகாரி இவள்
என்னுடன் இணைந்து வாழ்வை
வண்ணமயமாக்கும் ஆனந்த கைகாரி இவள்
அழகான கைகாரி இவள்

Gurumoorthy

தூக்கம் இல்லா இரவுகள்

தனிமையும் இனிமை என உணர்த்திய இடம்,
காயப்படுத்தவும், துரோகம் செய்யவும் ஆட்கள்
நியமிக்கப்படாத இடம்,
அனைவரின் உலகமும் தூக்கத்தில் இருண்டு போக,
அரசனாகவும், மக்களாகவும் நான் மட்டுமே இருக்கும்
நாட்டில் ஆட்சி நடந்துகொண்டிருக்கும்...
அந்த இரவு எனக்கு பரிசாக சிரிப்பை தந்தாலும்
அழுகையை தந்தாலும்...
நானே எனக்கு துணை என்பதை சொல்ல
மறந்ததில்லை...
நிஜத்தை மறந்து என் கற்பனை தன் கோட்டையை
கட்டத் தொடங்கும்... இரவில்
வானம் வரை கூட செல்லும் கற்பனைக்கு தடை என்பதே
இல்லை...
இரவில் மனதிற்கும் புத்திக்கும் நடக்கும் உரையாடலும்
அழகுதான்...
ஆசைகளை எல்லாம் கண்முண்ணே நடத்தி காட்டும்
கற்பனையும் அழகுதான்.....
காமத்தை வேண்டுபவன் மட்டும் இரவை
விரும்பவில்லை...
கனவு காண்பவனும் தான்..

ஜெயசிம்மன்

தொலைதூர காதல்

நம்மில் பிரிவேது என்றாய் அன்று!

பிரிவே நம் காதல் என்றானது இன்று!

நீ அழைக்கும் ஒலி கேட்டு எந்தன் விடியல் விடிகிறது!

நீ கொடுக்கும் முத்தச் சத்தத்தில் எந்தன் இரவும் கொஞ்சம்
உறங்குகிறது!

எதையும் எதிர் பார்க்காத எதிர்காலத்தை எண்ணி வாழும்
எதார்த்த காதல்!

உன்னுடன் நான் இல்லை என்றாலும் உனக்காக
உண்மையாக இருப்பேனென்ற உன்னதக் காதல்!

கண்ணில் காதலோடு மட்டும் காத்திருக்கும்
காலமெல்லாம் வாழும் கண்ணியக் காதல்!

விழியோடு விழி கண்டும்... இதழோடு இதழ் தீண்டியும்...
உடலில் அல்லாது... உணர்வில் மட்டுமே வாழும் உயிர்
காதல்!

கண்ணீரில் கூட ஒருவரை ஒருவர் புன்னகைக்கச் செய்யும்
புனிதக் காதல்!

தொலைதூரத்தில் இருப்பதால் கடலின் ஆழம் போல்
காதலின் ஆழமும் அதிகரிக்கும்! நெடுந்தூரத்தில்
இருந்தால் என்ன?

உந்தன் நினைவு என்றும் என் இதயத்தின் உள்ளே
வாழும் இதயத் துகளாய்!

க(ம)விதா கற்பனைகள்

நிலவை திருடியவள்

கலை கொண்ட உன் கன்னங்கள்

சிலை பெற்ற முகத்திற்கு அழகு சேர்க்க

மழலை மொழியில் பேசும் உன்

இதழ்களை மெய்மறந்து நான் பார்க்க

வளையோசை கொண்ட உன் கைகளால்

என்னை சிறை பிடித்து சென்றாய்

உன் மடிமீது தலை சாய்கையில்

நினைவு கொண்டேன் தாயின் இசையை

கதை பேசும் கனியே கை கோர்க்கும் தாரகையே

விலை பேசும் உன் கண்களோடு

உரையாடல் தொடங்கும் முன்பே - உன்

மடியில் விழுந்து மடிந்து போனது

நான் பேசிய கவிதை கனவுகள்

Thamizhan Sathish

நிலவில்லா இரவுகள்

எனை நானே

ஏமாற்றிக்கொள்கிறேன்

நிலவில்லா

இரவெல்லாம் அழகானது என்றும்

நீயில்லா பொழுதெல்லாம் சுகமானது என்றும்

எனை நானே ஏமாற்றிக்கொள்கிறேன்

உடைந்த கண்ணீர் துளியில்

சிதறிய காதல்முத்துக்களை

கோர்த்து மாலையாக

சூடிவிட மீண்டும் வருவாய் என்று

இனி என்றும் வராத

உன்னை வரவேற்க

ஏங்கித்துடிக்கும் எந்நெஞ்சை

எனை நானே கடிந்துகொள்கிறேன்..

Sabarinathan muthuvel

நானும் நீயும், மையும் மொழியும்

என் விரல்கள் தீண்ட இயலா உன் ஸ்பரிசத்தை
என் வரிகள் தீண்டிச்செல்கின்றன!
என் விழிகள் காண இயலா உன் வதனத்தை
என் மொழி கண்டு மகிழ்கின்றன!
என் இதழ் உணர இயலா உன் காதலை
என் விரல் உணர்கின்றன!
என் செவி கேட்க இயலா உன் குரலை என் மை
ஒலிக்கின்றன!
என் தால் கூற இயலா உன் பெயரை என் தாள்
உரைக்கின்றன!
என் கரம் பற்ற இயலா உன் கரங்களை
என்காகிதம் இணைக்கின்றன!
என் மனம் புனைய இயலா உன் அன்பை
என் சொற்கள் இயம்புகின்றன!
இவையனைத்தும் நிழலாய் நடக்க நிஜமாய் என் முன் நீ
வரும்
காலம் எதிர்நோக்கி காத்திருக்கும்,
உன் நான்...உன்னுள் நான்... உன்னின்று உனக்காக
நான்.

Jesi Jesu

நானும் சீதை தான்!

படாமல் பட்ட பார்வையும், தொடாமல் தொட்ட
ஸ்பரிசமும்,
பெண்மை தாங்கிய வெட்கமும், கண்ணிமை ஏந்திய
நாணமும்,
உன்னோடு பேசிய நிமிடங்களும்,
உன்னுடன் நடந்த நினைவுகளும்,
உன்னில் கண்ட கனவுகளும்,
உன்னுள் கலந்த நானும், உன்னவளாய் மட்டும்,
உயிர் வாழும் வரை!
தவறில்லை திரௌபதி ஆவதில்,
தடுப்பாளோ என்உள் கண்ணகி,
தவிப்பாளோ என்உள் ராதை,
எவர் விட்டாலும் எவர் வந்தாலும்,
மறுப்பாளே அவள்! வெறுப்பாளே அவள்!
எரிப்பாளே அவள்! சபிப்பாளே அவள்!
அவள்தான் "நான்"

சா. சா. சூர்யநிவாளினி

பணம்

வயிற்றில் இருந்து எட்டிப்பார்க்க
உதவும் காகிதம்
இல்லறம் முதல் கல்லறை வரை
உன்னைக் கூட்டிச் செல்லும் நாணயம்
ஒழுகும் சட்டியுடன் இது ஒட்டாது
தங்க முலாம் பூசியவர்களே இதற்கு வீடு
பிறக்கும் முதல் இறக்கும் வரை பெரும்பாடு
இது இல்லாதவனோ வெறும் கூடு
அவன் இருப்பதோ தெருவோடு
அவனால் வாழமுடியாது கனவோடு
பொட்டியில் வைத்து பூட்டினாலும்
மறைந்துவிடும் ஒரு இனம்
நெற்றியில் வைத்து சென்றாலும்
பிறர் பட்டினியில்
கரைந்துவிடும் மறு கணம்
இதுவே நம் நாட்டின் அவலம்

வி.ஆஸிகா

பிரிவின் வலி

ஓயாத தென்றல் ஆர்ப்பரிக்காத ஆழ்கடல்

ஓய்ந்துவிட்ட கதிரவன் தேய்ந்துவிடாத வெண்ணிலா

மயக்கும் மாலைப்பொழுது மறைந்துவிடும் வால்மீண்

இரவை கொண்டாடும் தாரகை

சாயம் போகாத வானவில்

சிறிதும் சிதறிவிடாத சிந்தனை

செல்லப் பிராணியின் அன்பு

மனதை ஆட்கொள்ளும் புன்முறுவல்

மண்ணில் புதையுண்ட விதை

காதலியின் கண் மொழி

கவிஞனின் கற்பனை நயம்

இத்தனையும் வாய்திறக்காத போதும்

அன்பே உந்தன் மௌனம் மட்டும் ஏன் வலிக்கிறது?!

இவன்_கவி (சே. சதாசிவம்)

புரியாத வலி

காரணம் தெரியாமல் அழுதேன்

கண்களின் நீரை இதழ் சுவைக்கும் வரை அழுதேன்

மன வலியா? தெரியவில்லை

தனிமையில் இருந்தாலும் தவித்ததில்லை

புதிதான வலி

யாரோ ஒருவரைப் பிடித்து விடக்கூடாது என்ற பயம்

கண்கள் மூடினால் அவரால் ஏற்படும் நாணம்

கண்களைத் திறந்தால் உண்மையின் ஞானம்

மாய போதைக்கு அடிமையாகி விட்டேன்

வெளியே வர விருப்பமில்லை

வரவில்லை என்றால் ஆயுள் முழுதும் அழுகையே பரிசு

வலி என தெரிந்தும் அனுபவிக்கிறேன் இன்பமாக

சுகமான வலி எனக்காக

துரைராஜ்

போதும் இனி அனைத்தும்

கட்டி அணைத்தது போதும் கண்ணீரில் மிதந்தது போதும்!

விழிகளின் வியப்புகள் போதும்

அதில் நீ பல விந்தைகள் நிகழ்த்தியது போதும்!

சேர்ந்திருந்த நேரத்தின் சோகங்கள் போதும்

சேராத நேரத்தின் ஆவல்கள் போதும்!

சண்டைகள் சச்சரவுகள் போதும்

அது முடிந்த பின் நீ தரும் முத்தங்கள் போதும்!

விழி நிரம்பிய கண்ணீர் துளியின் வலிகளும் போதும்

வலி நிரம்பிய என் மார்பின் ஓரம் நீ சாய்ந்ததும் போதும்!

எனக்காக இழந்தது போதும் பிறர் நம்மை இகழ்ந்தும்

போதும்!

போதும் உன் அனைத்தும்...

போதும் இனி அனைத்தும்...

தித்தித்தவளே(னே) நீ எப்போதும் எனக்கு

திகட்டியதில்லை.

இருந்தும் போதும் என போகிறேன் காரணம் கூற

விரும்பாமல்!

Monisha.K

#true_thought_quotes

மனமும் - மனிதனும்

வாழ்வின் வசம் நான்
அசைய மெல்ல காற்றும்
புயலென மாறும்,
அலையென பாய்ந்தோட மனமும்
ஏங்க உணர்வில்லா கரையோர கல்லாய்
நானும் மாறி போகிறேன் - வாழ்வின் போக்கில்,
மனதிற்கு ஆசைகளை சுமப்பதர்க்கு
மட்டுமே அனுமதி - அடைய நினைத்து
முன்னேறி தோல்விகள் தழுவிய
மனங்களோ இங்கு ஏராளம்,
ஆம்! மனதால் நான் தோற்றுதான்
போகிறேன் மூலைகள் விளையாடும்
வாழ்வில் மனதால் தினமும்
தோற்றுதான் போகிறேன்.

சந்திரசேகரன் பாபு

@விழி_அவளின்_கவி_இவன்

மாற்றத்திற்கான கோபம்/எனது கோபம்

கோபம், எல்லோருக்கும் சாதி, கடவுள், காதல்,
என அனைத்தின் மீதும் ஆனால்,
எனது கோபம் சாதியின் மீது அல்ல
சாதியை வியாதி ஆக்கிய சில நரிக்கூட்டங்களின்
மீதுதான்,
எனது கோபம் கடவுளின் மீது அல்ல
கடவுளை வியாபாரி ஆக்கிய சில தந்ததிரக்கூட்டங்களில்
மீதுதான்,
எனது கோபம் காதலின் மீது அல்ல
காதலை பொழுதுப்போக்காய் ஆக்கிய
சில உணர்வில்லா இதயங்களின் மீதுதான்,
எனது கோபம் கல்வியின் மீது அல்ல
கல்வியை வெறுக்க வைத்து காசு ஆக்கிய
சில வியாபார கூட்டத்தின் மீதுதான்,
எனது கோபம், இது எனது கோபம் அல்ல
என்னை போன்று அடிப்பட்ட ஒவ்வொரு
இதயங்களின் கோபம்தான், எனது கோபம்.

குட்டி இதயம்

முடியா காதல்

என் காதலை புரிந்து கொண்டு

என்னோடு பயணித்த அந்த நாட்கள்

என்றென்றும் என் மனதில் ஒரு அழகான பூக்கள் போல்

வாழ்நாள் முழுதும் வாடாமல்

மலர்ந்து கொண்டே இருக்கும்...

அன்று என்னோடு பயணித்த நாள்

மௌனமாய் இருந்தால் நம் வாழ்வானது

உன்னுடைய சிவப்பு மஞ்சளாக மாறாமல்

கருமேகமாய் மாறி

இடிமழை என்ற பிரிவை நம்மிடம் சேர்ந்தது...

உன்னுடைய நிழலும் கண்களும்

என் மடியில் சாயும் நொடியை

எதிர்பார்த்து கலங்காமல் காத்திருக்கும்

உன் இதழின் மேல் உரிமையுள்ளவன்

நிஷாந்த்

மெல்லியலாள்

கைப்பிடி இதயத்துக்குள் எத்தனை

ஜாலம், இது குழந்தைகளும் - மன

நோயாளியாக வாழும் காலம்!

பாசத்தை தேடி இயங்கலையில் பலரின்

வேஷத்தை நம்பி பெதும்பை

பேதை யான அவலம்!

பூப்பெய்தும் முன்பே அப்பூவின்

மனதை போர்க்களம் புகுத்தி

தீர்த்தான்... அவன் காமதாகம்!

அவள் மெல்லிய இதயம்

தாங்குமா இந்த பாரம்!

உடல்சிதைவு மட்டுமல்ல, உள்ளச்

சிதைவும் வன்கொடுமையே ஆகும்!

இரா. ரஞ்சனி

மௌன மடல்

அரையெல்லாம் ஒளியாய்,

அதில் சில நொடிகள் தனியாய்...

நிழல் கூட மறையும் இருளாய்,

இடைவெளிக்காற்று கிடக்குது கனமாய்...

நிஜமெல்லாம் மாறிப்போனது கனவாய்,

காதலை சொல்ல என்னுள்ளே

பயிற்றுவித்தேன் மௌன மொழியாய்...

இலக்கணம் இல்லா காதலுக்கு இடையினத்தில்

பாட்டிசைக்க,

தெருவிளக்கு வெளிச்சத்தின் அகலத்தை நாம் அளக்க,

திணறிய வார்த்தையெல்லாம் திக்காமல் நான் கதைக்க,

திமிரோடு உன் காதலை மௌன பார்வையால் புதைக்க,

நிலா உலா சென்ற நேரம் முடிக்க,

பிறை தெரிந்து அதில் பலன் எண்ணவிருக்க!

குரு லோக்

வாழ்க்கை புரிந்ததா?

கடல் மேல் மேகம் இருப்பதோ, மீனுக்கு தெரியாது

சிரிக்கும் இதழுக்கோ, மனம் அழுவது தெரியாது

கொட்டும் வார்த்தைக்கோ, இதயம் உடைவது விளங்காது

இறந்தவனுக்கோ, வாழ்க்கை முடிந்தது தெரியாது

பிறந்தவனுக்கோ வாழ்க்கை புதிர் என்று புரியாது

ஆனால் இந்த கவிதை படித்தவனுக்கோ,

வாழ்க்கை இது தான் என்று புரிந்திருக்கும்.

Roop @Wordsworld_life

விழுந்தேனே நான்!

ரசிப்பதை ரசிக்காதது போல் காட்டும் அவள்

விழிகளுக்காக விழுந்தேனோ? -இல்லை

அறுசுவையையும் மிஞ்சும் அவள்

இதழ்சுவையினில் விழுந்தேனோ? - இல்லை

அனைவரையும் இழுக்கும் அவள்

கன்னங்குழியில்

விழுந்தேனோ? - இல்லை

விழுந்தேனே நான் எனக்காக

காத்திருக்கும் அவள் இதயத்திற்காக!

மு.பவித்ரதரன்

விதவையின் இதயம்

கூந்தலுண்டு அதில் மலரில்லை.. நெற்றியுண்டு ஒரு

பொட்டில்லை..

காதுண்டு இரு கம்மலில்லை...

கண்ணுண்டு கரு (மை)யில்லை..

நாசியுண்டு நறு மணமில்லை ...

உதடுண்டு மிளிரும் சாயமில்லை...

கழுத்துண்டு கட்டிய கயிறில்லை...

மார்புண்டு அணைக்கும் மனாளனில்லை...

இடையுண்டு கிள்ளும் என்னவனில்லை...

காலுண்டு சிணுங்கும் கொலுசில்லை ...

விரலுண்டு வெள்ளி மெட்டியுமில்லை...

சிலையுடலுண்டு வண்ண சீலைகளேதுமில்லை...

வயதுண்டு, வாலிபமுண்டு வாழ்வேதுமில்லை...

திருமணமுண்டு இனி மருமணமில்லை...

என் வாழ்வில் இறப்பன்றி வேரின்பமுண்டோ ...

இப்படிக்கு விதவையாகிய நான்....

கைப்பேசி கவிஞன் மகி

வேற்று உலக துணைவியே

அந்தி சாயும் இருளாக - இவன்

உள்ளம் இருண்டு தவிக்க

கூரைவிட்டம் தனில் ஓiடளியூட்டும் - அரைமெழுகாய்

ஒட்டைபூண்ட இளமனத்தில் ஏற்றினேன்

எந்தன் கோவஞ்சுமந்த சொர்க்கைளை

உம்மனத்தில் தேளாய் கடிக்கவிட்டதுண்டு - அந்த

விஷகொடுக் குன்னை யென்வாழ்வில்

இருந்துவிரட்டும் யெனபேடியாய் நினைத்தேன்

எனினும் இருநான்கு தினங்கள் - நீஇல்லாது

இருந்தேன் சேற்று மீனாய் - ஏட்டியே

உன்னை அழைக்காது என்நாவிருந்த

நிலையே அறிந்தேன் சொற்கள் எல்லாம்

வானம்தேடும் புகைஅன்ன உனைதேடினதை இ்ஃது,

கோபம்வெறுப்பு தேடினதன்று - அன்பு

தேடும் ஆசைதேடல் எங்கே காண்பேனும்முகம்.!

முகேஷ் கபிலன் (எம்.கே)